MAHAL KO ANG TATAY KO

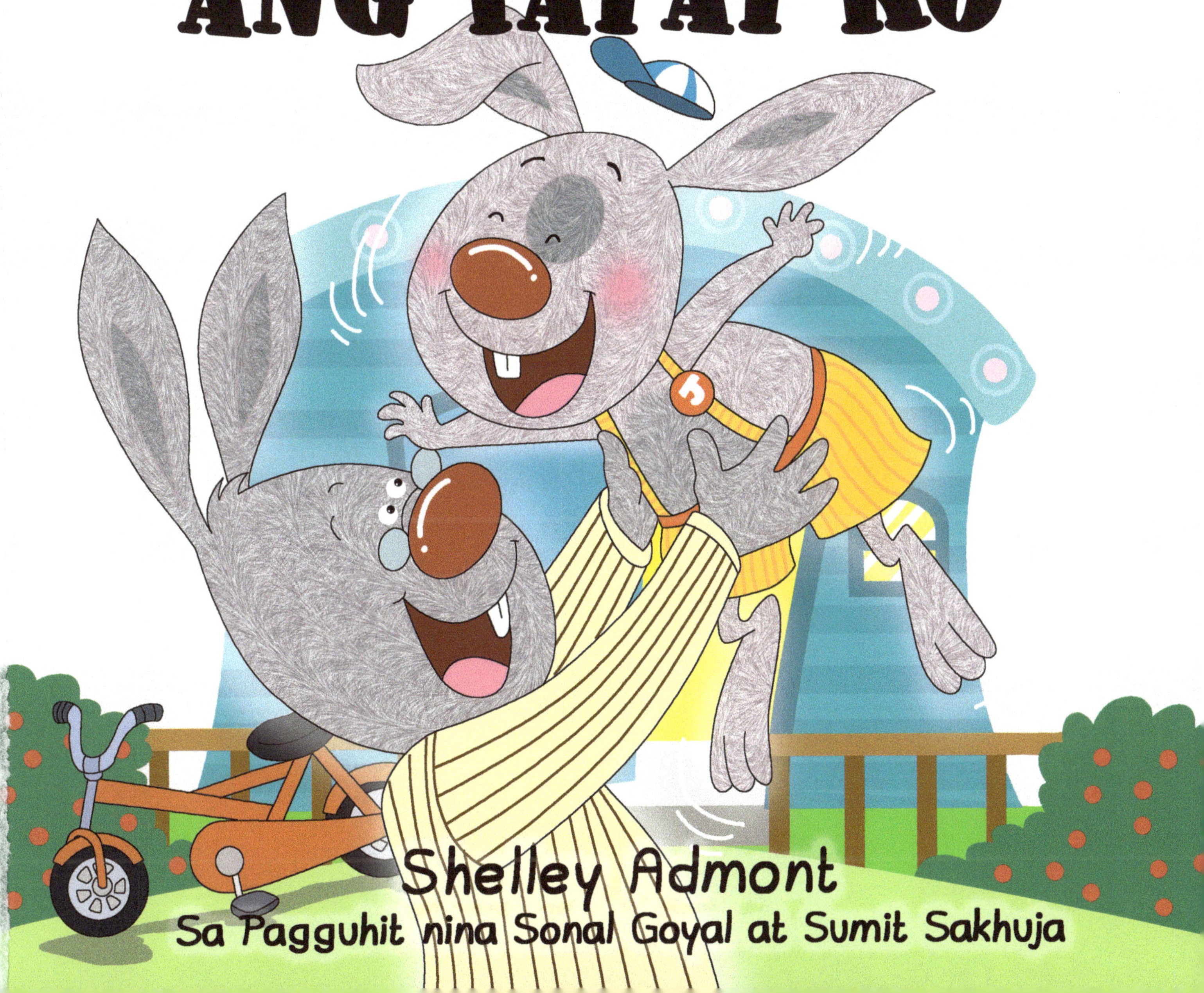

Shelley Admont
Sa Pagguhit nina Sonal Goyal at Sumit Sakhuja

Copyright©2015 by S. A. Publishing
www.sachildrensbooks.com

All rights reserved. No part of this book may be reproduced in any form or by any electronic or mechanical means, including information storage and retrieval systems, without written permission from the publisher or author, except in the case of a reviewer, who may quote brief passages embodied in critical articles or in a review.

First edition, 2015

Translated from English Ma. Aurora L. Sicat

Sinalin mula sa Ingles ni Ma. Aurora L. Sicat

I Love My Dad (Tagalog Edition)/ Shelley Admont
ISBN: 978-1-77268-178-9 paperback
ISBN: 978-1-77268-478-0 hardcover

Although the author and the publisher have made every effort to ensure the accuracy and completeness of information contained in this book, we assume no responsibility for errors, inaccuracies, omission, inconsistency, or consequences from such information.

Para sa mga pinakamamahal ko—S.A.

Isang araw sa tag-init, nakasakay sa bisikleta niya si Jimmy ang maliit na kuneho at ang kanyang dalawang kuya. Nakaupo sa likod-bahay ang kanilang tatay habang nagbabasa ng libro.

Malakas na nagtatawanan ang dalawang nakatatandang kuneho habang nagkakarera. Sinubukang humabol ni Jimmy sa kanyang pambatang bisikleta.

"Sandali, hintayin ninyo ako! Gusto ko ring makipagkarera!" sigaw niya. Subalit malayo na ang narating ng kanyang mga kuya at napakaliit ng kanyang bisikleta.

Di nagtagal, bumalik ang kanyang mga kuya na humahagikgik. "Ang daya," reklamo ni Jimmy. "Gusto ko ring sumakay sa malaki ninyong bisikleta."

"Pero Jimmy, napakaliit mo pa," sabi ng pinakanakakatandang kapatid.

"Ni hindi mo pa kayang sumakay sa bisikletang may dalawang gulong," kantiyaw ng pangalawang kapatid.

"Hindi ako maliit!" iyak ni Jimmy. "Magagawa ko lahat ng kaya ninyo!"

Tumungo siya sa kanyang mga kapatid at kinuha ang isa sa mga bisikleta. "Panoorin ninyo ako!" pagyayabang niya.

"Mag-ingat ka!" paalala ng panganay na kapatid niya subalit hindi nakinig si Jimmy.

Habang nakapuwesto ang isang binti, sinubukan niyang umakyat sa malaking bisikleta. Sa sandaling iyon, nawalan siya ng balanse at sumadsad sa lupa, diretso sa putikan.

Humagikgik ang dalawa niyang kuya.

Tumayo si Jimmy at pinunasan ang kanyang putikang kamay sa kanyang namantsahang pantalon.

Lalog humagikgik ang kanyang mga kuya. "Pasensiya na, Jimmy," sabi ng panganay na kapatid habang humahagikgik. "Masyado ka kasing katawa-tawa."

Hindi na nakapagpigil si Jimmy. Sinipa niya ang bisikleta at umuwi sa bahay nang umiiyak.

Pinagmamasdan ni Tatay ang kanyang mga anak sa likod-bahay. Sinara niya ang kanyang libro at nilapitan si Jimmy.

"Anak, anong nangyari?" nagmamalasakit niyang tanong.

"Wala," ungol ni Jimmy. Pinahiran niya ang kanyang mga luha ng kanyang marungis na kamay subalit mas lalong dumungis ang kanyang mukha.

Ngumiti si Tatay at mahinahong nagsalita, "Alam ko kung ano ang magpapatawa sa iyo…" "Walang makakapagpatawa sa akin ngayon," sagot ni Jimmy, nakatiklop ang kanyang mga braso.

"Sigurado ka?" tanong ni Tatay at sinimulang kilitiin si Jimmy haggang sa napangiti ito.

IPagkaraan, kiniliti pa niya ito ng lalo hanggang sa nagsimulang humagikgik si Jimmy.

Hindi pa nasiyahan si Tatay. Gumulong sila sa damuhan habang kinikiliti ang isa't isa hanggang sa humalakhak sila nang malakas.

Simisinok habang humahalakhak, kumandong si Jimmy sa kanyang Tatay at niyakap siya nang mahigpit.

"Pinagmamasdan kitang sumakay ng iyong bisikleta," sabi ni Tatay, mahigpit din siyang niyakap.

"Tingin ko handa ka nang sumakay sa bisikletang may dalawang gulong."

Nagningning ang mga mata ni Jimmy sa kasabikan. Tumindig siya mula sa pagkakaupo.

"Talaga? Puwede po bang magsimula na tayo? Sige na, Tatay!"

"Kailangan mo munang maligo," nakangiting wika ni Tatay. "Maaari tayong magsimula bukas na bukas ng umaga."

Pagkaraan ng mahabang paligo at pagkain ng hapunan, natulog na si Jimmy. Hindi siya masyadong makatulog nang gabing iyon.

Bumangon siya sa higaan at tiningnan kung umaga na.

Nang sumikat na ang araw, nagtungo siya sa kuwarto ng kanyang mga magulang.

Dahan-dahang lumapit si Jimmy sa kanilang higaan at marahang niyugyog ang kanyang ama. Hindi siya pinansin ni Tatay at bumalik sa pagtulog habang humihilik.

"Tatay, kailangan na nating magsimula," bulong ni Jimmy at hinatak ang kanyang kumot.

Bumangon si Tatay at nagising bigla. "Ano nga ba iyon? Ah, handa na ako!"

"Shhhh…" bulong ni Jimmy. "Huwag mo silang gisingin."

Habang natutulog pa ang ibang miyembro ng pamilya, nagsipilyo ang mag-ama at lumabas ng bahay.

Nang buksan ni Jimmy ang pinto, nakita niya ang kanyang bisikletang kulay kahel, nangingintab sa sikat ng araw. Wala na ang maliit niyang bisikleta.

"Salamat, Tatay!" bati niya at kumaripas siya ng takbo sa kanyang bisikleta.

Tinuro ni Tatay kung paano sumakay dito at kung paano gamitin ang pedal. "Handa ka na ba?" tanong niya habang sinusuotan ng helmet ang ulo ni Jimmy.

Bumuntong-hininga si Jimmy at natigilan. "Halika. Tutulungan kitang makaayat sa upuan," paganyaya ni Tatay.

"Umm…" ungol ni Jimmy, nanginginig ang kanyang boses. "Na… Natatakot ako. Paano kung mahulog akong muli?"

"Huwag kang mag-alala," pangungumbinsi ni Tatay. "Babantayan kita at sasaluhin kapag nahulog ka."

Sinakyan ni Jimmy ang kanyang bisikleta at marahang nag-pedal.

Kapag sumasandal ang bisikleta sa kanan, sumasandal si Jimmy sa kaliwa. Kapag sumasandal ang bisikleta sa kaliwa, sumasandal si Jimmy sa kanan.

Nahuhulog siya paminsan subalit hindi siya sumusuko. Paulit-ulit niyang sinusubukan.

Tuwing umaga, nag-eensayo silang mag-ama.

Hinahawakan ni Tatay ang bisikleta kapag gumegewang si Jimmy, at di naglaon natuto ang maliit na kuneho na mag-pedal nang mabilis.

Isang araw, pinabayaan na ni Tatay si Jimmy na magbisikleta ng mag-isa at nakayanan niya ito nang hindi nahuhulog ni minsan!

"At maaari na akong sumali sa karera!" pagmamayabang ni Jimmy.

Noong araw ding iyon, nakipagkarera si Jimmy sa kanyang mga kuya.

HULAAN MO KUNG SINO ANG NANALO?

www.ingramcontent.com/pod-product-compliance
Lightning Source LLC
LaVergne TN
LVHW072001060526
838200LV00010B/251